There's A Happy Ending
sunset

Khara

Ukiyoto Publishing

All global publishing rights are held by

Ukiyoto Publishing

Published in 2023

Content Copyright © Khara

ISBN 9789360490966

All rights reserved.
No part of this publication may be reproduced, transmitted, or stored in a retrieval system, in any form by any means, electronic, mechanical, photocopying, recording or otherwise, without the prior permission of the publisher.

The moral rights of the author have been asserted.

This is a work of fiction. Names, characters, businesses, places, events, locales, and incidents are either the products of the author's imagination or used in a fictitious manner. Any resemblance to actual persons, living or dead, or actual events is purely coincidental.

This book is sold subject to the condition that it shall not by way of trade or otherwise, be lent, resold, hired out or otherwise circulated, without the publisher's prior consent, in any form of binding or cover other than that in which it is published.

www.ukiyoto.com

Dedication

I dedicate this story to someone who I met at year 2021 virtually. I might dislike her at first because I don't know her or who she was in my friend life.

I also dedicated this to all my Kara Luans thank you for supporting Khara. I Love you all!

To my favorite author Ate Isay Thank you for being my home and inspiration. A simple 'Congratulations' 'Gudluck bb' 'Sulat lang ng sulat ' and so on. It's inspired me to keep writing

To My Bebeluvs (Ayesha) Thank you for the overwhelming Support. I Love you! I hope you always remember that I'm so proud of you! I'll be your number zero supporter

And to my moon thank you! Thank you for the courage that you give me. You're the reason why I'm here. I'm always proud of you! I Love you!

And also to every co-writer who helped me in a way without them knowing it. Thank you so much!

Description

Ynnara Gomez Story

Love...

She's a hopeless romantic who believe in happy Ending

Siya yung taong kahit ilang beses na niloko at nasaktan ay hindi man lang na bago ang pananaw nito sa pag-ibig

She's always answered to her friends that there are Always happy ending.....

Dahil naniniwala itong hindi ito pag-mamahal kung wala kang mararamdamang sakit

Pano kung nasa tabi lang pala nito ang lalaking matagal na niyang hinahanap ngunit hindi niya makita dahil para sakanya hindi sila pwedeng higit pa maliban sa pagiging mag-kaibigan

Hanggang kailan niya paniniwalain ang sariling wala itong nararamdaman sa kaibigan

Parehong sawi sa pag-ibig

Parehong niloko

At sa isa't you nila makikita ang tunay na pag-mamahal na matagal nilang itinago sa isa't isa

Contents

Chapter 1	1
Chapter 2	6
Chapter 3	10
Chapter 4	14
Chapter 5	19
Chapter 6	24
Chapter 7	29
Chapter 8	35
Chapter 9	40
Chapter 10	45
Last Chapter	52
About the Author	*57*

Chapter 1

"Nakatulala ka naman dyan." napatigil ako sa malalim na pag-iisip ng may mag salita sa tabi ko

"Huh? May sinasabi kaba?" takang tanong ko rito

"Wala, tsk! Lalim kasi nang iniisip mo."

"Ah! Wala lang toh may iniisip lang Ako." natatawang wika ko rito

"Ano bang sinabi ko? diba malamin ang iniisip mo? Pareho lang Yun." angil nito

"Ano bang kailagan mo? Bakit nandito ka?"

"Bawal? bawal?"

"Tinatanong lang eh." singhal ko rito

"So Bakit ka nga nandito?" muling tanong ko

"Bawal na ba akong pumunta rito, Ynna?" taas kilay nitong tanong

"Wala naman akong sinasabing ganun ah." depensa ko "Tinatanong ko lang naman kung bakit ka nandito eh." naka ngusong dagdag ko

"Yung paraan Kasi nang pag tatanong nito." naka irap nitong wika, kelalaking tao ang galing galing umirap

"Apaka mo talaga, Bakit ka po nandito, Dave? Ano pong kailagan niyo?" malambing na pag kakatanong ko rito

"Gusto ko lang malaman kung totoong break na kayo nung boyfriend mo."

"Bakit mo naman gustong?" walang ganang tanong ko rito

"Dahil nakita ko siya kahapon habang may date kami nang girlfriend ko, may kasama siyang ibang babae."

"Ahh... Yun ba? Wala na kami." baliwalang saad ko rito nasanay na ako eh, Halos lahat naman nang nagiging boyfriend ko niloloko Ako kaya walang nag tatagal.

"G*go totoo? Anong nangyari? Sinong nakipag hiwalay?"nanlalaking matang sunod sunod na tanong nito

"Ako, sino pa ba? Reason? Assual niloko naman Ako haha."pagak ang tawang saad ko

"Okay ka lang?"puno nang pag alalang wika nito saka masuyo akong hinila payakap sakanya

"Ano ka ba ayos lang Ako haha."natatawang saad ko rito saka pilit na kumawala sa yakap niya

"Alam kong Hindi ka okay, Ako pa bang lolokohin mo?Ynna I'm your Best friend." seryosong saad nito

"A-ayos lang talaga Ako."mahinang usal ko habang pilit paring kumakawala sa yakap niya dahil alam kong malapit nang bumuhos ang luhang pinipigilan ko

"Cry." isang salita lang niya tuluyan na nang bumuhos ang luha ko

"B-b-bakit g-ganito na lang ang nangyayari sa akin?L-lagi na lang akong n-n-niloloko." umiiyak na reklamo ko rito habang naka hawak sa damit niya sa may parteng dibdib

"Kasi hinahayaang mo..." malumanay nitong wika

"So kasalanan ko pa ngayon!" singhal ko rito

"Hindi naman kasi ayun ang ibig kong sabihin eh." pag papaintindi nito

"Madali ka lang kasing mahulog, gawin lang sayo yung isang bagay tulad sa binabasa at napapanood mo na huhulog kana agad."

"Masyado kang nag papaniwala sa pinapanood at binabasa mo."pangangaral nito.

"Dapat inaalam mo muna kung mabuti at busilak ba yung intension nila sayo."

"Pano ko naman malalaman Yun h?!Nabusilak ang intension nila."naka ngusong wika ko

"Titigan mo sa mga mata dahil nakakapag sinungaling man ang bibig hindi ang mga mata natin."

"At saan mo naman nakuha Yan?"

"Somewhere."

"Whatever Dave basta simula ngayon hindi na ulit Ako mag mamahal sarili ko naman ang mamahalin ko."

"Tama yan, support kita dyan."naka ngiting wika nito

"Basta lagi mong tatandaan na nandito lang Ako sa tabi mo, taga suporta sayo. Hinding hindi kita iiwan okay ba?"

Masayang ngumiti ako rito saka tumango

"Pangako mo yan ah? Hindi mo ako iiwan."

"Oo naman pangako yan, Ynna."

"Gustong gusto mo talaga yung pangalan kong Ynna ah. Ikaw lang tumatawag sa akin niyan."natatawang saad ko rito

"Maganda kasing pakinggan tapos bagay mo pa tyaka madami nang tumatawag sayong Ara eh."

"Ang dami mo talagang arte."pang aasar ko rito

"Mas lalo kana."asar nito pabalik

Gumagaan talaga ang pakiramdam ko pag nandyan siya dahil alam kong Hinding hindi niya Ako iiwan tulad nang sinabi niya..

Kahit pa may girlfriend na siya sinisiguro niyang nakakamusta pa din Ako nito, updated pa din siya sa nang yayari sa buhay ko..

"Anong nangyari?"nag aalalang tanong ko rito

Gabing Gabi na pero bigla na lang itong tumawag at sinabing nasa labas daw siya nang apartment ko..

"Dave mag salita ka naman, Ano bang nangyayari sayo? Bakit ka nag paka lasing ha?!Saka bakit dito ka pumunta hindi sa Fiance mo?"naguguluhang tanong ko rito habang inaalalayan siyang mag lakad patungo sa sala

"Fiance?Hahaha *hik* Wala na! Tapos na kami! Niloko niya lang Ako *hik* G-ginamit! Pinag laruan*hik*."gulat akong napatingi sa mukha dahil sa sinabi nito

"Anong ibig mong sabihin?" naguguluhang tanong ko saka siya Pina upo sa mahabang sofa

"Nahuli ko siya *hik* may kasamang ibang lalaki *hik* p-pareho silang *hik* pumasok sa isang *hik* hotel haha ano pa bang pwede*hik* nilang gawin dun?"

"Malay mo may business meeting."dahilan ko

"Business meeting?nakita ko silang nag *hik* hahalikan sa loob nang elevator bago pa yung tuluyang sumara."pipikit pikit ang matang saad nito

Napabuntong hininga na lang ako, iniwan ko muna ito para kumuha nang bimpo at isang plangganita

Napatigil ako sa kinakatayuan ko nang makitang wala na si Dave sa pinag iwanan ko sakanya,

Nag tatakang napatingin Ako sa pinto nang kwarto nang may marinig akong kakaibang ingay

Hawak hawak ang isang puting bimpo at plangganita ay lumapit Ako rito.

"Dave?!Nandyan Kaba?"

Nabitawan ko ang hawak hawak ko nang pag bukas ko nang pinto ay ang hubad hubad na Dave ang sumalubong sa akin

Nanlalaking matang napatingin ako sa katawan nitong hubad,Maputi ang balat matipuno parang ang sarap makulong sa mga bisi-

"Enjoying the view?"nagising Ako mula sa pag papantasya napatingin ako mukha ni Dave na ngayon ay naka ngising nakatingin sa akin

Nakaramdam Ako nang hiya, dali dali akong tumalikod rito

"A-ano bang g-ginawa mo r-rito sa k-kwarto k-ko? B-bakit h-hubad hubad ka." ramdam na ramdam ko ang pag iinit nang mukha ko dahil sa hiyang nararamdaman

"Oh? Bakit ka tumalikod bigla? Ayaw mo ba ang nakikita mo kanina?" mapang asar nitong wika

"DAVE!!!" na iiskandalong wika ko rito

"Hahaha binibiro lang Ikaw talaga." natatawang wika nito,nakarinig Ako nang ingay sa likod ko

"Anong ginagawa mo?" takang tanong ko rito

"Nag dadamit? Unless gusto mong Makita ulit katawan ko."

"Dave! Bwisit ka mag damit kana." inis na wika ko rito saka lumabas ng kwarto

Dumiretso ako sa balcony nang Condo ko para sumagap nang sariwang hangin sht bakit bigla atang uminit kanina..

Pero bakit Ang l-laki?

Chapter 2

"**G**ood morning,Ynna!"gulat kong naibuga ang tubig na iniinom ko dahil sa gulat nang batiin Ako ni Dave

"G-good morning." kiming bati ko rito saka nag iwas nang tingin, naramdaman ko ang pag iinit nang mag kabilaang kong pisngi dahil bumalik naman sa isip ko yung nakita ko kagabi..

"Okay ka lang?" puno nang pag-alalang tanong nito, lumingon Ako rito saka pilit na ngumiti

"Ayos lang hehehe."

"You're acting weird." naka kunot noong saad nito

"Weird ka dyan."angil ko rito saka ibina ang platong hawak ko sa mesa saka umupo

"Ano nang plano mo?" tanong ko rito habang sabay kaming kumain, napatigil ito sa pagkain saka takang napalingon sa akin

"Plano Saan?"

"Akala ko ba nahuli mong nag cheat sayo yung fiance mo?Matutulog pa ba yung kasal niyo?"

"Ahh!Ayun ba?Hindi na. Ano Ako tanga para tanggapin ulit siya."

"Sure ka?Akala ko ba mahal mo?"takang turan ko rito

"Ang sabi ko gusto ko siya, Hindi mahal mag kaiba yun."

"Hindi mo naman pala mahal so bakit niyaya mong mag pakasal."

"Wala lang."kibit balikat nitong turan

"Ikaw ata tong weird eh."

"Aray ko naman,Dave maka hila ka naman."pag rereklamo ko

Nandito kami ngayon sa mall hindi ko alam kung anong trip niya at nag Aya siyang mag mall libre naman daw niya

"Puro ka naman reklamo,Ynna eh iwan kaya kita rito." pananakot nito

"Ikaw tong hinila Ako papunta rito tapos iiwan mo?Aba matindi ka din eh wala akong dalang pero o kahit ano!" singhal ko rito

I heard him laugh " As if naman iiwan kita rito."

"Ano ba kasi talagang ginagawa natin rito?"

"Ano pa ba?Edi mag dadate."turan nito na ikinatigil ko, nanlalaking matang napatingin Ako sa nakangting mukha nito habang nakatitig sa akin

"D-date?" pang lilinaw ko

"Oo, ayaw mo ba?"

"Pinag tritripan mo ba Ako,Dave?"seryosong tanong ko rito

"Look,Ynna mukha bang pinag tritripan kita?"

"Aba anong malay ko sayo."

"Seryoso ako sayo, Matagal na kitang gusto-oh scratch that-matagal na kitang mahal Hindi ko lang inamin kasi ayaw kong mawala ang closeness natin, ayaw kong iwasan mo Ako."seryosong turan nito habang titig na titig sa mata ko

Ramdam ko ang mabilis na tibok nang puso ko habang makikipag titigan ako sa kanya..

Aaminin ko matagal na akong in love sa best friend ko at tulad nang sinabi niya hindi ko sinabi sakanya dahil ayaw kong lumayo ang loob nito sa akin...

Pero ngayon umamin siyang mahal niya Ako pakiramdam ko nanaginip lang ako dahil ang matagal ko nang pinipigilang nararamdaman ko sa kanya ay may tugun na..

"YNNARA!!!!!!" sabay kaming napalingon sa tumawag sa pangalan ko

"Aisha." naka ngiting usal ko saka naka ngiting kumaway rito

"Anong ginagawa mo rito,Aisha?" takang tanong ko

"Wala naman nag lilibot lang hihihi.Ikaw Anong ginagawa mo rito?Saka sino yang gwapong kasama mo?"mapang asar nitong tanong

"Mahal." sabay kaming napalingon kay Aczher na ngayon ay masama ang pag kakatingin kay Aisha

"Hahaha eto nga pala si, Dave kaibigan ko."pag papakilala ko kay, Dave na tahimik lang sa tabi ko

"Hi,Dave!" naka ngiting bati ni Aisha rito

"Hi."

"Ah Dave si Aisha kaibigan ko same kami nang pinag tratrabuhan kaya kami nag kilala tapos si, Aczher naman yung kasama niya boyfriend niya."

Napa iling na lang kami nang nag tanguhan lang ang dalawa at hindi man lang nag salita.

"Sige una na kami sayo,Ynnara kita kits na lang ulit bye bye."

" Ingat!"

"oh bakit ganyan ka makatingin?"naiilang na saad ko dahil pag lingon ko kay Dave ay titig na titig sa akin ito

"I'm glad to know that bukod sa akin may kaibigan ka pang iba."may tipid ang ngiting saad nito

"Hmm..masyado siyang makulit kaya hinayaan ko na lang haha.."

"Alam mo bang nung kakasimula palang niya sa trabaho tuwing may free time siya kinukulit niya akong kaibigan."natatawang kwento ko rito habang sabay kaming nag lalakad

"Mukha naman siyang mabait."

"Hindi lang siya mukhang mabait,mabait talaga yun."

"Maganda din siya kahit hindi siya nag aayos."dagdag niya na ikinatigil ko sa pag lalakad at kunot noong hinarap siya

" Maganda?Alam kong maganda siya, pero teka nga Dave umamin ka sakin type mo ba si Aisha?"

"Hmm.."

"Dave!Umamin ka type mo ba siya?Hindi mo ba narinig yung sinabi ko kanina? Boyfriend niya yung kasama niya kaya wag ka nang umasa."

Dave chuckled "Chill, Ynna kakasabi ko lang sayo kanina na ikaw ang mahal ko, hindi ko yun type dahil ikaw ang type ko Ikaw ang mahal ko, Okay?"seryosong turan nito habang nakahawak sa mag kabilaang pisngi ko at titig na titig sa mga mata ko..

Naramdaman ko ang pag iinit nang mag kabilaang pisngi ko kaya pinilit kong iiwas ang mukha ko rito

"Kaya wag ka nang mag selos dahil Ikaw lang ang pinaka maganda sa akin at higit sa lahat ikaw lang ang mahal ko."sunod sunod ang nagawa kong pag lunok habang naka titig sa mga mata niya

"A-ano bang sinasabi mo dyan!" Inis na wika ko rito saka lumayo bago tumalikod para itago ang pamumula nang aking pisngi

"Wala naman akong pakialam kung type mo si Aisha ang akin lang may boyfriend na siya ikaw lang din naman ang masasaktan at dahil best friend mo Ako ayaw kong nasasaktan ka." mahabang turan ko rito saka siya iniwan sa kinakatayuan Niya, walang lingon likod akong nag tuloy tuloy sa pag lalakad..

Mag isa akong umuwi sa Condo ko dahil tinakasan ko si Dave ewan pero hindi ko siyang kayang harapin dahil tuwing nandyan siya hindi ang mabilis na pag tibok nang puso ko..

Nag hihinayang talaga Ako sa libre niya, kaartehan ko kasi eh nakakainis !!!!!!

Pero ayos lang ang mahalaga ay nakalayo na ako sakanya makakalma ko na ang tibok nang puso ko mamaya niyang may sakit na pala Ako sa puso..

Pero..paano kung hinahanap pala niya Ako sa Mall?arghhgg!!!!!I tetext ko na lang siya mamaya hindi naman siguro siya tanga para hindi maisip na naka uwi na Ako....

Chapter 3

Tulala lang Ako buong klase namin dahil iniisip ko kung pano koba mapapaamo ang isang Dave na nag tatampo.

Hindi ko naman kasalanan na mag damag siyang nag hanap sa Mall eh.

Kasalanan ko bang nakatulog ako at nakalimutan ko siyang I inform? Kasalanan ko bang tanga siya at hindi niya naisip na naka uwi na Ako?

Kasalanan naman niya Diba? Tapos Ako manunuyo?Sakin siya nag papasuyo..Ibang klase sa pag kakatanda ko ay umamin lang siyang mahal niya Ako pero Wala siyang sinabing gusto niya akong maging Girlfriend

Saka Hindi niya ako Girlfriend para mag pasuyo siya sakin.. Mag pasuyo siya dun sa Ex Fiance niyang feeling Victim arghh!!! Kakairita..

Bakit ba naisipan ko pang mag aral?Wala naman akong balak na umalis sa pinag tratrabahuan ko?Tsk nababaliw na ata Ako..

Solo flight Ako ngayon ah lagi naman Wala nga pala akong kaibigan bukod kay Dave at Aisha..

Sila lang naman nag tyaga sa ugali ko eh. Sila lang yung nag effort na kaibiganin Ako kahit na sinusungitan ko na sila..

Masasabi kong ang swerte ko kahit dadalawa lang ang kaibigan ko pero parehong totoo..

Pero isipin mo Yun..mahal mo siya pero hindi ka mahal at ang malala best friend mo pa yung mahal niya sakit noh?relate ka?Ako kasi Hindi hahahah

Napa hinto Ako sa pag lalakad nang makita ko si Dave, naka ngiting Dali dali akong lumapit rito

"DAVE!!!" malakas na tawag ko rito nang makitang paalis siya, nakangting kumaway Ako rito nang lingunin Ako nito

"DAVE!!"muling tawag ko rito saka mas binilisan ang pag lapit sakanya agad ko itong hinawakan sa braso upang pigilan siya sa pag alis

"Galit ka pa din ba sa akin,Dave?" malungkot na tanong ko rito, nakatitig lang sa akin

"Sorry na kasi Hindi ko na uulitin itetext naman talaga kita ang kaso nakatulog ako." pag papaliwanag ko..

"Hindi mo naman kailagang mag paliwanag sakin,Ynna eh naiintindihan ko naman."malumanay na turan nito

"Kung ganun bakit Hindi mo Ako pinapansin?"tanong ko rito, ewan ko pero pakiramdam ko maiiyak na lang Ako bigla.

"Hindi naman siguro required na pansin kita lagi lagi Diba?"

"DAVE NAMAN EH!!"

"Hindi ka naman ganyan, Ano ba talagang problema?Bakit ayaw mong sabihin sa akin?"

"Wala namang dapat sabihin sayo,Ynna eh kasi Wala namang problema."

"Alam kong meron simula nung umamin ka sakin lumayo kana. Umamin ka nga sakin Dave kaya Kaba nag kakaganyan dahil nag sisi kang sinabi mo sa aking mahal mo Ako?!"inis na sigaw ko rito

"NAG SISI KABA?!KAYA GANUN? MAIINTINDIHAN KO NAMAN KUNG-" he cut me with a kiss

Gulat akong nakatitig sa mukha niya,naka pikit ang mga mata niya habang mag kadikit ang aming labi.

Ewan ko kung anong sumanib sa akin bagkus na itulak siya ay pinikit ko ang aking mga mata para damhin ang halik niya.Napatigil ito saglit nang sinimulan kong igalaw ang labi ko para tugunin ang halik siya..

Dahan dahan kong iminulat muli ang aking mata nang mag hiwalay ang aming labi sa isa't isa

Nakagat ko ang ibabang labi ko nang mag tama ang aming tingin titig na titig ito sa mga mata ko..

"A-Ano.." nag iwas ako nang tingin dahil naramdaman ko naman Ang pamumula ng pisngi ko sa paraan nang pag kakatitig niya

"Ynna."mahinang turan nito saka nito hinawakan ang pisngi ko upang iharap sakanya.

"Mahal kita at Hinding Hindi ko pag sisisihan yun, Iniwasan kita kasi gusto kong makapag isip ka."

"M-maka pag isip sa?"

"Para pag isipan mo kung anong magiging sagot mo sa pag amin ko sayo..Para isipin kung mahal mo din Ako."

"Hindi naman na kailangan yun eh, matagal ko naman nang alam kung Ano bang nararamdaman ko sayo."

Nakita ko Ang pag daan nang sakit sa mga mata niya bago siya humakbang nang konti palayo sa akin

"Okay naiintindihan ko naman kung Hanggang best friend lang ang kaya mong-"

" Mahal kita."putol ko sasabihin nito

" Mahal kita?Mahal kita-teka mahal mo Ako?"gulat nitong wika habang Hindi makapaniwalang napatitig sa akin

"Hindi ang sabi ko Tama ka."may sarkasmong saad ko rito saka siya inirapan bago talikuran upang maitago ang pamumula nang mukha ko dahil sa hiya.

"Hoy teka wag mo akong iwan!"napatigil ako sa pag lalakad nang hawakan Ako nito sa braso saka pinaharap sakanya dahil hindi ko inaasahan ang pag hila nito ay napa subsob Ako sa dibdib niya

"Bakit ba nang iiwan ka bigla bigla?Tsk. basta Hindi mo na pwedeng bawiin yung sinabi mo kanina."wika nito habang yakap yakap Ako nito, dinig na dinig ko ang mabilis na tibok nang puso ko tulad nang akin

"Ano bang sinabi ko?"maang maangang tanong ko rito

"Sabi mo mahal mo Ako bawal mong ikaila yun dahil dinig na dinig ko."

"Talaga sinabi ko Yun?"

" Oo nga sabi mo 'Mahal kita.' kaya Hindi Ako papayag na bawiin mo yun."

" Weh?May diperensya ka ata sa pandinig eh Wala Naman Akong naalalang may sinabi akong ganun."nakagat ko ang ibang labi ko upang pigilan ang ngiting gustong kumawala sa labi ko..

he smirked playfully "Gusto mo ipaalala ko sayo?" may mapag larong ngiting wika nito, napa lunok Ako nang sariling laway dahil sa kaba

"P-pano mo naman gagawin Yun?"

"Gusto mo lang ata ulit mahalikan eh ayieeee Alam ko namang masarap akong humalik,Ynna eh saka sayong sayo lang naman tong labi ko Ang buong pag katao ko ang kata-"

"Manahimik ka!Nakakainis ka Dave bahala ka buhay mo!" inis na wika ko rito saka nag papadyak na iwan siya,

Ang kapal nang mukha porket magaling nga siyang humalik?Matipo Ang pangangatawan?porket Malaki yung- Teka?!Pinupuri ko ba siya?

Pangit siya!pangit!pangit!

Pero ang laki talaga nung nakita ko nun sa Condo ko pag kaya-

Napasapo na lang Ako sa sarili kong noo dahil sa pinag iisip ko

Talaga Ynnara?Wala pa nga kayong relasyon pero yung utak mo kung saan saan na nakakarating

Pero diba dun din naman papunta Yun?Mahal namin ang isa't Isa?

"Argh!!!Nababaliw na talaga Ako kung Ano anong iniisip ko. Nahawa na ata Ako nang pagiging manyak nang lalaking yun."inis na bulong ko sa sarili

Chapter 4

"Huyy!!! Ngiting ngitie ah,May mangyari bang maganda?"

Nakangiting lumingon ako kay Aisha saka malawak na ngumiti at sunod sunod na tumango

"Wow talaga Ano Yun?"excitedly nitong tanong

"Kami na."masayang wika ko rito

"Nino?Kayo na nino?" takang tanong nito

"Sino pa ba?edi si Dave." Kinilig na wika ko

"Wow!Kailan lang pinakilala mong best friend tapos ngayon kayo na."

"Masama ba?Matanda naman na kami Hindi na namin kailagan mag inarte." naka ngusong turan ko rito

"Hindi naman okay nga yun eh hahaha ganun din kami ni,Raven." natatawang saad nito

"Balik na tayo sa trabaho masama na makatingin si Boss eh."natatawang wika ko rito nang matanaw ko si Boss na masama ang tingin rito

Sabay kaming napalingon Kay Boss Saka malawak na ngumiti at nag peace napa iling-iling na lang ito bago pumasok sa sariling opesina, sanay na sa kakulitan yan Lalo na Kay Aisha kaya nga Hindi ko magawang iwan tong shop eh

Magaan Ang buong mag hapon kong pag tratrabaho.Hindi Ako masusunod ngayon ni Dave dahil hindi pa nito tapos ang trabaho niya..

Mas matanda siya sa akin nang apat o limang taon..

Naisipan kong dumaan muna sa grocery store upang bumili nang kakailanganin mamaya.

Excited kong iready lahat nang kakailanganin ko. gusto ko kasi siyang isurprise never ko pa kasi siyang sinurprise kaya ngayong Kami na gusto kong maramdaman niyang mahalaga siya sa akin at mahal ko talaga siya...

Napatigil ako sa pag hihiwa nang sibuyas nang tumunog ang message tone ko,nag tatakang kinuha ko ito

From:Mama ni Dave

'Hi,Ynnara can I have a favor?Can you meet me tomorrow at the coffee shop na pinag tratrabahuan mo?'

Nag tatakang nakatingin lang Ako sa message sa akin nang Mama ni Dave Hindi Kami close ayun lang ang masasabi ko pero Ang alam ko ay mabait siya dahil mabait naman si Dave..

To:Mama ni Dave

'Sure po, day off ko naman po tomorrow, what time you po bang gustong mag meet tayo Tita?'

From;:Mama ni Dave

'10:00 am will do, see you.'

Nilapag ko ang cellphone ko nang mabasa ko ang reply nito saka tinuloy ang naudlot kong ginagawa..

Ano kaya talagang kailagan niya?Omo Ano kayang dapat isuot ko bukas?Alam na kaya niyang may relasyon kami nang anak niya kaya gusto niyang makipag kita sa akin?

Dapag good shot Ako sakanya diba?Para walang problema sa relasyon namin ni Dave kaya dapat mabait Ako sakanya..

Masaya kong pinag mamasdan ang hinanda kong sorpresa para sa kanya ilang oras na lang ay nandito na siya hihi excited na ako sana magustuhan niya..

Agad akong nag tungo sa kwarto upang mag ayos nang sarili alangan naman humarap Ako sakanyang mukhang pagod diba?Dapat maganda ako..

Ding Dong

Dali dali akong lumabas nang kwarto upang tumungo sa pinto,chineck ko muna ang sarili ko kung ayos naba bago nakangting buksan

"H-hi.." kagat labing bati ko rito saka nilawakan ang pag kakabukas nang pinto para maka pasok siya

"Anong meron?Ganda natin ah halatang may pinag handaan."pabirong wika nito

"Ay parang ewan Dave." naka kunot noong reklamo ko rito, natatawang lumapit ito saakin Saka Ako niyakap

Naramdaman ko ang pag haplos nito sa buhok ko habang inaamoy Ako nito

"Hindi ka lang pala maganda ang bango mo rin." he seductively whispered,nanayo ang balahibo ko sa katawan dahil sa paraan nang pag kakabulong nito sa akin

"May surprise akong hinanda sayo."pag iiwas ko saka humiwalay nang yakap sakanya bago siya hinawakan at hinili patungo sa dinner table na inanda ko

"Chanan!! Nagustuhan mo ba?Ako mismo ang nag ayos at nag luto dyan." naka ngiting wika ko rito

"Wow!! It's look good.." naka ngiting wika nito na ikinasimangot ko

"Ayun lang talaga sasabihin mo?Wala na?"

"Hahaha ano bang gusto mong sabihin hmm.." nang lalambing nitong wika saka Ako masuyong hinila saka kinulog sa matitipunong bisig niya..

"Nagustuhan mo ba?"

"Hindi lang gusto, gustong gusto. tapos Ikaw mahal ko."

"Talaga?"

"Oo nga tyaka alam kong masarap kang mag luto kaya nga mas minahal kita eh."naka ngiting wika nito,

"Bakit mo nga ba naisipang ipag handa Ako nang ganito?Kung ginawa mo toh para mas mahulog sayo ay Hindi na kaylangan dahil hulog na hulog na Ako sayo at kahit anong gawin ko hinding hindi na Ako makakahaon pa sa pag kakahulog sayo."

"Cheesyy!!! "natatawang wika ko rito saka lumayo sakanya at umupo sa hinila niyang upuan para maka upo ako

"So bakit nga? Anong meron at talagang nag effort ka pa nang ganito."pag uulit nito sa tanong niya habang nilalagyan nang oag kain ang plato ko at ganun din sakanya..

"Gusto ko lang kasi itanong kung nag hahanap ka nang girlfriend? "seryosong tanong ko rito pilit pinipigilang Ang sariling tumawa dahil epek talaga ang reaction niya..

Nag tatanong ang matang napatitig sa akin "You're already my girlfriend."turan nito

"Kung wala kang girlfriend nag hahanap kasi Ako nang sugar Daddy pwede Kaba? "pigil tawang saad ko rito, napa ngangang Hindi maka paniwalang nakatingin sakin

"S-sugar Daddy? Really Ynna? I'm just 4 or 5 years older than you Hindi Ako papasa sa pagiging sugar daddy , boyfriend pwede pa."seryosong wika nito na ikinatawa ko nang malakas

"HAHAHAHAHAHHA ANG- HAHAHA EPIC TALAGA NANG REACTION MO HAHAHAHAH. "tawang tawang saad ko rito habang naka turo sa mukha niyang halos hindi na maipinta

"Really? Ynna ang lakas mong mang trip ngayon ah."

"Hehehe har har lang Daddey Dave."

"Daddy Dave..." pag uulit nito sa itinawag ko sakanya

"I like that." may mapag larong ngiting wika nito

"A-ano namang iniisip mo?" pasikmat na tanong ko rito, paniguradong puro naman kamanyakan

"Hmm... Iniisip ko lang kung 'Daddy Dave' ang inuugol mo habang we're making Lo-"

"Dave bibig mo!" inis kong putol sa sasabihin nito

"Sht! That thought really give me a Hard on." kagat labing saad nito habang titig na titig sa akin

"Tigilan mo ako, Dave nasa hapag kainan tayo." may babalang saad ko rito

"Maybe later? After we're done eating." nakangting wika nito saka maganang pinag patuloy ang pagkain

Mukhang mapapalaban ako mamaya ah. Gusto ko lang naman siyang pag tripan eh pero bakit ako napa subo sa ganito?

Woah!! Kaya mo yan Ynnara Kasalanan mo yan,Paguran na toh!!!!! Kailagan ko na bang pinag dasal kay San Pedro Ang kaluluwa koಥ‿ಥ

Fighting Ynnara kaya mo toh!!!

Chapter 5

Marahang napa singhap ako nang makaramdam Ako nang hapdi sa gitna ko.

Ang g*gong yun alam na ngalang niya na first time ko pero sige pa din nang sige..

Bakit kasi ang laki bawal bang bawasan yun?ಥ_ಥ

Makikipag kita pa naman Ako mamaya sa Mama niya tapos paika Ika akong mag lakad?Pano kung iba ang isipin nun?

Napa buntong hininga na lang ako saka muling bumalik sa pag kakahiga maaga pa naman siguro kung itutulog ko toh mawala na yung hapdi..

"Hi,Tita." naka nginiting bati ko rito, buti na lang nang magising Ako kanina ay nabawasan ang sakit kaya ko nang mag lakad nang maayos pero minsan ay nararamdaman ko padin ang hapdi niya

"Hello hija have a sit." nakangiting saad nito saka sinenyasan umupo sa upuang nasa harapan nang kinakaupuan niya..

"Ano po bang Kailagan niyo Tita bakit po niyo gustong maki pag meet sa akin?" magalang na tanong ko rito

"Napag alaman ko kasing may relasyon kayo nang nag iisa kong Anak totoo ba?"

"Sinabi po ba sainyo ni Dave Tita?"

"No he didn't mention about it. Si Alona ang nag sabi sa akin. kaya daw ayaw makipag balikan nang Anak ko rito ay dahil sayo."she formally said , nakaramdam ako nang kaba

"Yes Tita Me and Dave are in a relationship na po."

"So totoongang dahil sayo kaya sila nag hiwalay. "

"Of course not Tita."agad na tutol ko rito

"Nag hiwalay sila dahil matagal na po palang niloloko ni Alona si Dave."

"Kaya naman kinuha mo ang pag kakataon na yun para tuluyan na silang pag hiwalayin."pag aakusa nito

"Nag kakamali ka dyan Tita, matagal na naming Mahal ni Dave ang isa't isa Hindi lang kami agad nag kaaminan dahil ayaw naming masira kung ano-"

"1 billion kapalit nang pakikipag hiwalay mo sa anak ko 2 billion kapalit nang pag layo mo sa lugar na toh at maipapangakong Hinding hindi kana mag papakita sa anak ko kahit Kailan. "seryosong saad nito malakas akong napatawa dahil sa pag ooffer nito nang ganung kalaking pera para lang layuan ko ang anak niya

Akalain mo yun bwhaha nangyyayari din pala ang ganitong pag kakataon sa totoong buhay at sa akin pa talaga

"Really? Tita handa kang mag sayang nang ganyang kalaking pera para lang layuan ko ang anak niyo."natatawang saad ko

"Tatanggapin mo ba?"

I smiled sweetly at her "Tita Hindi ako mukhang pera tulad nang inaakala mo at lalong Lalo nang Hindi mo mabibili ang nararamdaman ko sa Anak niyo, Mahal na Mahal ko si Dave kaya Hinding hindi ko siya ipag papalit sa pera kahit Billion pa yan."

"Nagyon Tita Ako namang ang mag tatanong 5 billion kapalit nang pag tanggap at pag respeto sa relasyon namin."

"Hahahaha At saan ka naman kukuha nang ganung kalaking pera? Nangangarap ka ata nang gi-"

"Hindi ata talaga Ako kilala Tita kaya naman pala ang lakas nang loob niyong mag offer nang pera sa akin."napa iling na lang

"Let me introduce myself to you properly, Tita. I'm Ynnara Gabriela Gomez. it isn't sound familiar to you Tita? " nakangting wika ko rito, bakas sa mukha nito ang Hindi makapaniwala at gulat

"Kung tutuusin, Tita kayang kaya kong doublehin Ang perang iooffer niyo sa akin."

"Kung wala na po kayong sasabihin mauuna na Ako sainyo. "paalam ko rito saka tumayo at agad na lumabas nang coffee shop

Lumanhap Ako nang hangin bago napabuntong hininga

Napailing na lang ako sa ginawa ko kanina ang sabi ko pa naman mag papagood shot Ako pero tignan mo nga naman yung nangyari kanina nakipag presyohan talaga ambilibabol..

From: Daddy Dave

'Where are you?Bakit Wala ka dito sa Condo?'

To: Daddy Dave

'Pauwi na ako nakipag kita lang Ako sa Mama mo.'

From: Daddy Dave

'For what?'

To: Daddy Dave

'Gusto daw akong usapin tungkol sayo eh haha kwekwento ko sayo mamaya pag dating ko dyan.'

From: Daddy Dave

'Okay!Mag iingat ka ah, $4X - 2i > 4X - 6U$

$-2i > -6U!$'

To: Daddy Dave

'Nakakab*bo ka talaga mag I love you.'

From: Daddy Dave

'Matalino ka naman kaya alam kong maiintindihan mo agad.'

To: Daddy Dave

'Ewan ko sayo!Pag luto mo na lang Ako nang pagkain dyan para may makain Ako pag uwi Hindi Ako nakakain eh.'

Madradrain talaga utak ko sa lalaking yun minsan ang hilig gumamit nang Numbers sarap itapon kung Hindi ko lang talaga mahal Yun...

"Hi!" naka ngiting bati nito pag katapos Akong pag buksan nang pinto,nakasuot pa ito nang apron at may hawak hawak na sandok

"Hindi kapa tapos mag luto?" takang tanong ko rito habang hinubad ang suot kong sapatos saka sinuot ang slipper na inabot nito sa akin

"Hindi pa eh pero malapit nang maluto." naka ngiting wika nito habang pinapanood ang bawat galaw ko

"Ano bang niluluto mo?" tanong ko rito habang naka sunod siya sa akin patungong kusina

"Adobo."

"Wow mukhang masarap ah amoy palang nakakatakam na."

"Syempre Ako pa masarap kaya ako mag luto pag mamayabang nito

"Pinuri lang nag mayabang na agad." iiling iling kong saad saka uminom sa basong may laman nang asido char malamang tubig

"Teka nga ang Sabi mo Ikwekwento mo sa akin kung anong pinag usapan niyo ni, Mommy?" pag papaalala nito, nilapag ko muna ang basong pinag iinuman ko sa baso saka nag lalambing na yumakap rito

"Sinabi daw ni Alona sakanya kaya kayo nag hiwalay ay dahil sa akin." naka ngusong pag kwekwento ko kumunot ang noo nito

"Tapos nag offer si Mama mo 1 billion daw kapalit nang pakikipag hiwalay ko sayo tapos 2 billion kapalit nang pag layo ko at pangakong Hinding hindi na mag papakita sayo." dagdag ko ,bakas sa mukha nito ang Hindi makapaniwala at gulat

"Totoo?Ginawa ni Mommy Yun?" paninigurado nito agad naman akong tumango

" Tinaggap mo ba?" puno nang takot nitong tanong, naka ngiting hinaplos ko ang pisngi nito

"Pano kung Oo tinggap ko,Anong gagawin mo?"

"Susundan kita kahit saan ka mag punta,sasama Ako sayo kung kailagan kong mag makaawa gagawin ko kung gusto mo lumuhod na Ako ngayon din sa hara-"

"Hindi ko tinggap kumalma ka." natatawang pigil ko sa iba pa nitong sasabihin

"Hindi mo tinggap?" paninigurado nito

"Hindi nga alam mo kung anong ginawa ko?Nag offer rin Ako sakanya nang 5 Billion kapalit nang pag tanggap at pag respeto sa relasyon natin."

" Talaga?Ginawa mo Yun?"parang batang saad nito

" Oo naman mahal na mahal kaya kita, wlang katumbas na pera ang pag mamahal ko sayo."I passionately said while looking at his eye

"Mawala na sakin wag lang ikaw kasi hindi ko kakayanin yun wag mo akong iiwan ha?!"

"Mahal na Mahal kita Ynna at walang makakatumbas nun gagawin ko lahat, Hinding hindi kita iiwan pangako ko yan Hindi ba?At muli akong mangangako Hindi bilang kaibigan kung Hindi bilang kasintahan."

"Mahal kita, Dave."

" Mahal na Mahal kita Ynna."

Chapter 6

"Aisha!!!!!!"

"Ynnaraaaaa!!!!!"

Napatawa na lang Ako nang ginaya Ang paraan nang pag tawag ko rito, Tulad pa din nang dati makulit pa din siya

"Hi, Xzach!" naka ngiting bati ko rito nang mapansing si Xzach pala ang kasama nito

"Hi, Ynna it's nice to see you again." may tipid ngiting bati nito

"Hahahaha."pilit na tawang saad ko saka dahang dahang napalingon kay Dave na ngayon ay madilim ang awrang palipat lipat ang tingin nito sa akin at kay Xzach

"D-Dave heheh si Xzach pala kaibigan ni Aisha." kinakabahang turan ko rito

"Xzach."

"Dave , Husband of Ynna."

"Husband?Kasal na kayo?" takang tanong ni Aisha

"Hindi p-"

"Ikakasal palang mamaya nag hahanap lang nang magiging witness sa kasal namin."gulat akong napatingin kay Dave

" Wow!Pwedeng kami na lang?"excited na tanong nito, naiwan akong napatanga

Seryso ba siya? Ikakasal kami?As in now na now na?Ikakasal na Ako sa lalaking mahal ko?Or nag bibiro lang siya?

"Seryos Kaba Dave? Ikakasal tayo ngayon?As in now na now na?"

" Oo ayaw mo ba?Mas gusto mo ba yung Xzach na yun kaya ayaw mong mag pakasal sa akin?Sabihin mo lang kung ayaw mo para matawagan ko na yung Judge na mang kakasal sa Atin."

"S-seryo ka talaga?"

" Oo nga!Pero kung ayaw mo tulad nga-"

" Sino bang may sabing ayaw ko?"pigil ko rito "Sympre gusto kong maikasal Lalo na kung sayo Ako ikakasal gusto ko lang naman siguraduhin kung seryso ka Kasi ayaw kong umasa."

"Mag papakasal tayo ngayon, Civil Weeding nga lang saka na yung bonggang kasal sa ngayon gusto ko lang maikasal tayo."seryosong saad nito, na paluha na lang Ako, so ikakasal na talaga Ako sa taong mahal ko?

" Bakit ka umiiyak?Ayaw mo ba?Hindi naman kita minamadali maiintindihan ko naman kung tatanggi-"

"Sobrang saya ko lang kasi ikakasal na Ako sayo."naluluhang saad ko rito

"Ako din sa totoo lang kinakabahan Ako kasi baka Hindi ka pumayag."

" Bakit naman Ako Hindi papayag?Eh Mahal na Mahal kaya kita saka nasa tamang edad na tayo hindi din naman tayo bumabata."

"Salamat,Ynna mahal na mahal kita."

"Mahal kita, Dave."

"And now I declared That Ynnara Gabriela Gomez and Dave Hernandez is officially Married."

"CONGRATULATIONS NEWLY WEDSSSS!!!!"

Titig na titig lang kami sa isat Isa, I'm now officially Mrs.Hernandez

"Mrs.Hernandez."mahinang usal nito habang punong puno nang pag mamahal itong naka titig sa akin

"Yes, Mr.Hernandez?"nakangiting tugon ko rito

"Ang sarap pakinggan asawa na kita ngayon dati pangarap ko lang pero ngayon hindi na kasi Kasal na tayo Asawa na talaga kita Mrs.Hernandez kana."naluluha sa kasiyahang saad nito

"Sobrang saya ko Dave kasi Asawa na kita,akala ko Hanggang maging mag kaibagan tayo pero tignan mo Nga naman Asawa na kita, Mr.Hernandez na kita."

"Mahal kita, Dave."madamdaming wika ko rito

" Mahal na Mahal kita,Ynna."mahinang usal nito Bago sakupin nang labi nito ang labi ko

"Woahh!!!! YEHEYYY!!! Congratulations Mrs&Mr. Hernandez!!!" natatawang humiwalay Ako kay Dave at nakangiting lumingon kay Aisha at Xzach

"Salamat at pumayag kayong maging witness sa kasal namin."

"Kami nga dapat ang mag pasalamat Dahil binigyan niyo kami nang pag kakatanong nasaksihan ang pag iisang dibdib niyo."masayang ngumiti sa akin si Aisha saka lumapit sa akin para yakapin

"I'm so happy for you,Loves."bulong nito bago humiwalay nang yakap sa akin at seryosong bumaling kay Dave

" Wag mong sasaktan ang kaibigan ko ha?!Tandaan mo hindi pwede Ang divorce rito sa Philippines saka mahal ang Annulment kaya stay in love, stay strong!!"

"Humayo kayo at mag parami."dagdag nito na ikinatawa namin

"Salamat sainyong dalawa wag kayong mag alala magiging Ninong at Ninang kayo nang magiging anak namin."naka ngiting saad nito na ikina pula nang buong mukha ko

Wala talagang preno ang bibig hindi na nahiya

"Talaga?! Gusto ko yan dapat babae?!"

"Wag kang mag alala sisiguraduhin kong babae ang unang anak namin at magiging kamukha nang mahal kong Asawa. "

"Talaga? Ano pang hinihintay niyo? Umalis na kayo para masimulan niyo na ang honeymoon niyo para mabuo agad si Little Ynnara. "

"AISHA!!!"

"Bakit? Hahahaha wag kang mahiya Hindi ka naman na berhen . "natatawang saad nito

Inis kong hinawakan si Dave sa kamay saka hinila palabas aa bahay nang Judge na nag kasal sa amin...

"Ngingiti mo dyan?!"inis na turan ko rito nang makitang aliw na aliw itong pinag mamasdan Ako

"Wala lang masaya lang ako kasi kinasal na talaga Ako sayo."

"Masaya din naman Ako pero hindi Ako mukhang Ewan na ngingiti ngiti."

"Ilan gustoe mong maging Anak natin, Asawa ko? "

"Isang lalaki at isang babae. "

"So gusto mong dalawang Anak? "

"Oo,mahirap kayang manganak."

"Sayang gusto ko pa naman isang basketball team na anak."naka simangot nitong wika

"Pwede naman."naka ngiting wika ko rito

"Talaga?"

"Oo basta ikaw ang mag buntis at manganak!"hinghal ko rito

"Pano Ako mabubuntis?Eh Wala Naman akong mattress."naka simangot nitong wika

"Edi palagay ka nang mattress."

"sa tingin mo pwedeng mag palagay nang mattress?"nagtatakang tanong nito?

"Oo naman tapos hanap ka na rin nang bagong Asawang bubuntis sayo ,king ina ka!"inis na wika ko rito

"Nag tatanong lang eh,bakit ka nagagalit?"

"Tigil tigilan mo nga ako sa pag papa cute mo,Dave naiirita Ako sayo."

"Wag ka na galit uwu."napatangang napatingin Ako rito

"Saan mo natutunan yan?"pigil ang tawang wika ko

"Nakita ko tiktok."

" Tiktok?Mag titiktok kana ngayon."Hindi maka paniwalang wika ko

"Hindi naman trinay ko lang malaman kung anong meron sa tiktok."

"hahahahaha ang epic nang mukha mo hahahahha."tawang tawang wika ko rito

"Okay lang at least napatawa na kita."kibit balikat nitong wika

Puno nang pag mamahal kong hinaplos ang pisngi nito saka nang gigigil na pinisil

"A-ARAYYY!!!!!!! Mashakit Asawa ko,Aray Tama na!!"

Tinigil ko na ang pag pisil rito nang makitang sobrang pula na nang pisngi niya

"Sorry,Asawa ko nakaka gigil kasi eh."ngiting ngiting wika ko saka punupog nang halik ang namumulang pisngi nito

"Walang Sorry sorry!Paparusahan kita ngayon din."seryosong saad nito nagulat ako nang bigla Ako nitong binuhat nang oa brider stlye

"Saan mo Ako dadalhin ha?"

"Saan pa ba?Edi sa kwarto para parusahan ka." nakangising wika nito , napa iling-iling na lang ako saka kumapit sa batok niya para Hindi mahulog

"Honeymoon naaa!!!" natatawang wika ko bago pa kami tuluyang maka pasok sa kwarto...

Mag hohoneymoon na kami nang Asawa ko,inggit yung nag babasa baboshh!!!!

Chapter 7

Mag iisang taon na kaming kasal nang Asawa ko so far wala naman kaming masyadong naging problema sa buhay naming mag asawa.

Maliban na lang nung pinag bubuntis ko ang baby Ynna namin na ngayon ay mag iisang buwan na..

Naaawa nga Ako sa Asawa ko tuwing naaalala kung pano ko panggigilan ang pisngi nito, tuwing pinapalabas ko ito sa kwarto namin dahil ayaw kong nakikita ito kaya wala siyang choice kung hindi ang matulog sa sofa..

Kahit pagod na pagod ay ginising ko ito sa madaling araw Kasi bigla na lang gusto kong kumain nang ganito ganyan..

"Asawa ko na gugutom na si Baby Ynna natin."naka simangot nitong wika,mahinang napa hagigik na lang ako

"Akin na." natatawang saad ko saka inabot si Baby Ynna

"Bakit ganun Asawa ko Wala pang isang oras na buhat buhat ko si Baby Ynna pero naiyak na agad." pag mamaktol nito

"Ayaw niya ba sa akin? Hindi naman ako mabaho?Gwapo naman Ako?"

"Ganun talaga baby palang si Ynna wag kang mag alala paniguradong pag lumaki na siya ikaw na ang gusto niya."

"Ganun ba Yun?"

"Oo naman sayo ko kaya siya pinag lihi."naka ngiting turan ko rito

"Kung ganun hihintay ko siyang lumaki, Ako ang mag tuturo sakanya kung pano ang mag lakad ang bumasa pano lumangoy kung paano mag bike."excited nitong wika,naka ngiting pinag mamasdan ko lang ang maaliwalas nitong mukha habang binibitawan ang bawat salita nito

"Oo ikaw lahat ang gagawa nun habang ako masayang pinapanood kayo."

"Thank you,Asawa ko dahil sayo naging sobrang saya ko."madamdaming saad nito

"You and baby Ynna completes me Wala na akong iba pang mahihilig."

"Ang sweet talaga nang,Asawa ko."naka ngiting wika ko saka pinang gigilan ang pisngi nito

Napailing na lang ito saka may ngiti sa labing pinagmamasdanang baby Ynna naming nag brebreastmilk

I feel contented while watching my husband caressing our Baby Ynnas chubby cheeks. Maingat ko itong inihiga sa crib niya nang maka tulog na ito

"Anong gagawin natin sa 1st month nang baby natin,Asawa ko?"naka ngiting turan nito nang naglalambing akong umupo sa kandungan niya

"Okay na yung simpleng salo."

"Sabagay siguro sa 7th birthday niya na lang tayo mag paparty."

"I'll invite,Aisha siya lang naman ang naging kaibigan ko bukod sayo eh."

"Sabihin mo na lang siyang isama niya mga kaibigan niya if pwede."

"Okay I'll text or call her later."tatangong naka ngiting wika ko

"Kailan nga pala alis mo?"biglaang Tanong ko rito nang maalalang my out of town siyang trabaho

"Pag katapos nang 1st month celebration nang baby Ynna natin."naka ngiting wika nito

"Kailagan mo ba talagang umalis?"naka ngusong reklamo ko rito

"Kailagan,Asawa ko eh saka aayusin ko na din ang kailagan natin sa pag lipat sa Ibang bansa."malumanay nitong saad

"Okay!Basta mag iingat ka okay?if may free time ka, tumawag ka sakin di kaya ay message para Hindi Ako nag aalala sayo."lintaya ko rito

"Hahaha Hindi halatang mamimiss mo Ako nang sobra sobra Asawa ko."

"Tsk!"

"Ayieee wag kang mag alala tatawag Ako pag may free time advance mo kasing mag isip sa makalawa pa alis ko eh kung mag bilin ka aalis na ako ngayon."

"Advance ako mag isip eh bakit ba?>.<"

"Para kasing gustong gusto mo nang umalis Ako eh." he sulking

"Che apaka arte mo talaga." hinghal ko rito,gumalaw ang parehong balikat nito tanda nang pag tawa niya...

"Pinag tataksilan mo ba si, Aczher bakit si Xzach naman kasama mo?"mapang asar kong tanong rito nang makitang si Xzach ang kasama nito nang pag buksan ko ito nang pinto

"G*ga pinag tataksilan ka dyan busy si, Raven kaya hindi ko na nagawang sabihin sakanya."wika nito saka ako inirapan bago tuloy tuloy na pumasok sa loob

"Hi,Xzach!"magiliw na bati ko rito saka siya hinayaang maka pasok nang tuluyan sa loob nang bahay namin..

Sinara ko muna nang maayos ang pinto bago sumunod sakanila sa dining room kung nasaan ang 1st month handaan ni Baby Ynna

"Wahhh!!!Ang cute cute talaga ang baby niyo pwedeng akin na lang?Tas gawa na lang kayo nang bago."

Mahinang napatawa Ako nang madinig ang sinabi ni Aisha rito

"Bakit Hindi kana lang gumawa nang sarili mo?"

"Bawal pa bata pa kami eh. Kaya ibigay mo na lang sakin si Baby Ynna para Hindi na namin kailagan gumawa-"

"Hoy! G*ga kung maka angkin ka sa anak ko, akala mo ba madaling mag buntis at manganak."natatawang sabat ko

Aisha pout " Bawal ba talaga?Ang cute Kasi talaga niya eh."

"Cute talaga yan anak ko yan eh."I proudly said

"Kapal mo, Ynnara pangit mo! Pangit! Pangit!"

"Inggit ka lang wala ka kasing baby na ganyan ka cute."pang aasar ko rito

"Mag hintay ka lang mag kakaroon din ako, Hindi lang cute gwapong baby pa."

"Tama na yan pareho pa naman kayong pikunin." pag aawat ni Dave

"Tama kain na tayo!" pang gagatong ni Xzach

"Hoy!Aisha baka gusto mong ipahawak na sa akin ang anak ko?" may sarkasmong saad ko rito

"Mamaya na nag eenjoy pa akong buhatin siya eh." naka ngiting wika nito habang nilalaro ang anak ko, napa iling na lang ako at hinayaan siya sa gusto niya..

"say Ma-ma.". natatawang napatingin ako sa kinakaupuan ni Aisha nang marinig kong tinuturuan niyang mag salita Ang isang buwan ko palang na baby

"Sige na Baby Ynna, Ma-ma madali lang naman eh kaya mo yan, Ma-ma." pag papalakas loob nitong saad

"Anong ginagawa mo?"takang tanong ni Xzach rito nang hindi na ata maka tiis sa pinag gagawang kalokohan ni Aisha

"Tinuruan siyang mag salita."inosenteng saad nito

"Ipapaalala ko lang sayo ha?!Isang buwan palang si Ynna Hindi pa Marunong mag salita yan ni ang gumapang hindi pa alam."

" Kaya nga tuturuan ko para alam niya."

"Aishh!!!!Ang sarap mo talagang itapon minsan eh."

"Eepal kasi eh, sabihin mo lang kung naiingit ka."pa sikmat na saad ni Aisha rito

"At bakit naman Ako maiingit Aber?"

"Kasi gusto sa akin ni Ynna sayo Hindi Kasi pangit ka! Pangit!"

"Kung Hindi ko lang alam na may boyfriend yang si Aisha iisipin ko talagang may relasyon sila niyang si Xzach."iling iling na wika nang Asawa kong nasa tabi ko na pala

Katulad ko ay pinag mamasdan namin ang dalawang mag talo para talaga silang aso't pusa

"Same! Akala ko talaga dati may relasyon sila eh kasi laging nandun si Xzach hinihintay matapos ang trabaho ni Aisha kung Hindi niya lang talaga pinakilala si Aczher na boyfriend niya."

"Xzach!"

"Ano?!"bakas sa itsura ni Xzach ang pag kairita habang hinihintay ang iba pang sasabihin ni Aisha rito

"Sa tingin mo mamahalin pa Ako ni,Raven kung Isa na akong Ice cream?"

"Huh?"takang tanong ni Xzach rito

"Bingi lang?Tsk sa tingin mo ba mamahalin ba pa din Ako ni Raven kung Isa na akong Ice cream, makikilala kaya niya Ako?Pero dapat diba makikilala niya Ako kahit Ice cream na ako?kasi Sabi niya Mahal na Mahal Niya Ako."

sabay kaming namalakas na natawa ni Dave sa tinurun nito napalingon sa gawi namin sila Aisha

"Tinatawa niyong mag Asawa Dyan?"takang tanong ni Aisha, sabay kaming umiling ni Dave

"Wala may binulong lang kasi si Dave na nakakatawa kaya ayun."

"Ganun?May tanong ako sayo, Dave."

"Huh? Ano Yun?"

" Kung magiging libag si Ynnara makikilala mo pa ba siya? Mamahalin mo pa din ba siya?"Puno nang kaseryosohang saad nito, hindi ko tuloy mawari kung nag bibiro ba siya o Hindi

"Ano namang Klaseng tanong yan?"kunot noong tanong ni Dave

" Ayy ewan ko sainyo wala akong matinong makuhang sagot sa inyo."reklamo nito

"Pano ka makakakuha nang matinong sagot eh Hindi naman matino yung tanong."pambabara ni Xzach rito

"Ynnara!!!!!!!Pinag kakaisahan nila Ako oh!"

" Hahahaha bahaha kayo dyan wag niyo akong idadamay."natatawang saad ko

"Bad!Peyk preds! Hindi Ako pinag tanggol. Baby Ynna ipag tanggol mo nga abgi Mama Xcrielle mo inaaway Ako nang Daddy at Tito Xzach mo."

"Ay weak nag sumbong sa baby."pang iinis ni Xzach rito

" At least hindi pangit kagaya mo."

Masaya kaming nag celebrate nang 1st Month nang baby Ynna namin, Puno nang asar pero masayang salo salo..

Ynnave Daralyn Hernandez our baby Ynna..

Chapter 8

"Mag iingat ka dun ah, tatawag ka kung may free time wag mong pababayaan ang sarili mo." bilin ko rito habang tinutulungan ko siyang ilagay Ang gamit nito sa sasakyan niyang mag hahatid sa airport

"Asawa ko wag kang mag alala hindi ko pababayaan ang sarili ko,Kayo rin dito ah mag iingat kayo."

"Magiging ayos lang naman kami dito ni baby Ynna eh."naka ngusong wika ko

"Mamimiss ko kayo nang baby Ynna natin."

"Mamimiss ka din namin kaya naman dalian mong tapusin yung dapat mong tapusin dun para maka uwi ka agad sa amin."

"Opo."natatawang wika nito inismiran ko na lang siya

"Ingatan mo ang sarili mo dun, lagi kang kumain sa tamang oras wag Kang mag papalipas nang gutom."

"Opo!Opo!Opo, Ma'am ilang beses mo na bang sinabi sa akin yan Asawa ko."natatawang wika nito,

Inirapan ko na lang ito bago siya niyakap

"Basta lagi kang mag iingat bumalik ka nang buo sa amin." mahinang usal ko rito habang mahigpit ang yakap sakanya

"Opo pangako babalik Ako sainyo nang buong buo walang labis walang kulang."

"Sige na mahuhuli kana sa flight mo."naka ngiting turan ko rito bago lumayo sakanya

"Sige ingat kayo ah."

Hinalikan muna Ako nito sa noo bago sa labi "Tawag ka pag dating mo dun ah."pahabol na bilin ko rito bago pa siya tuluyang maka alis..

Malungkot akong napangiti nang Hindi ko na makita ang sasakyan nitong mag hahatid sakanya sa airport, Hindi ko siya maihatid nang personal dahil walang mag babantay kay Ynna

Walang ganang pumasok akong muli sa loob nang bahay dumiretso Ako sa aming kwarto para muling Bumalik sa pag tulog maaga pa masyado kaya Matutulog na lang Ako kaysa sa mas lalo siyang mamiss siya

Nagising Ako dahil sa sunod sunod na katok sa pinto kahit inaantok pa ay pinilit kong bumangon upang pag buksan ang taong bumitin sa tulog ko nang maitapon ko sa plutong Mars

"Ano bang kailan mo at ang aga nanbulabog ka-Oh Aisha?" takang tanong ko nang mapag sino ang nanbulabog sa tulog ko

"Bakit bawal ba?Saka anong maaga? Duh!10:00 am na kaya."naka simangot nitong turan saka mahina akong tinulak para tuluyan na siyang maka pasok sa loob

"Ano bang meron bakit napadalaw ka ata?saka Wala ka bang Klase ngayon?"takang tanong ko rito nang sundan ko ito patungo sa living room

"Wala eh saka bored na bored na Ako kaya naisipan kong dalawin ka saka diba ngayon Ang alis ni, Dave kaya naisip kong baka malungkot ka."

"Ayos lang naman Ako saka nandyan naman si baby Ynna kaya ayos lang,makakaya ko naman siguro yung isang lingo."

"Tsk!ewan ko sayo basta dito muna Ako."

"Bakit Hindi mo ayain nang date si, Aczher?"

"Hindi pwede eh may klase."

"Kaya kami yung binubulabog mo ganun?"may sarkasmong ngiting saad ko rito

Inismiran lang Ako nito pero hindi na umimik napa iling iling na lang Ako at hinayaan siyang gawin ang gusto niyang gawin.

Dahil sa totoo lang ay nakakaramdam Ako nang lungkot Lalo na sa katotohanang wala si Dave sa tabi namin na nasa malayong lugar siya...

Dali dali kong kinuha ang phone ko nang tumungo Ang Call tone nito umaasang si Dave ang tumawag,lumawak ang pag kakangiti ko nang makurpirmang si Dave ang caller

"Asawa ko!!!!!!!" masayang salubong ko rito nang masagot ko ang tawag, nadinig Ako ang pag tawa nito kaya napa nguso na lang Ako kahit alam ko namang hindi niya nakikita

"Miss na miss mo naman agad ako Asawa ko."mapang asar nitong wika

"Ikaw ba hindi mo Ako na miss?!" inis na tanong ko rito "Ito ang unang beses na nalayo ka sa aki-"

"I miss you,Asawa ko sobrang miss na miss na kita,I love you!"natahimik Ako nang madinig at maramdaman ko ang sinsiridad sa boses niya

"M-mahal na mahal kita,Asawa ko." nakagat ko ang pang ibabang labi ko nang biglang pumiyok ang boses ko dahil sa pag pipigil na umiiyak

"Umiiyak Kaba?Asawa ko wag ka nang umiiyak okay?Wala Ako ngayon sa tabi mo para punusan Ang mga luha mo saka alam mo naman na ayaw na ayaw kong umiiyak Ang pinaka mamahal kong Asawa."malambing nitong wika

"Hindi ay sininok lang Ako."pag dahilan ko

"Basta tiis tiis lang mahal uuwi din Ako okay?Kapit lang."

"Opo hihintay po namin ang pag babalik mo."

"Goods! Kaya wag ka nang masyadong malungkot Okay?Kumusta na si Baby Ynna natin,Asawa ko?"

"Okay naman mabait siya, Actually tulog na nga eh."

"Wag mong pababayaan ang sarili mo,Asawa ko."

" Opo!Good girl po kaya Ako."

"Basta Asawa ko mahal na mahal kita,sige na kailagan ko nang ibaba toh sa susunod ulit Asawa ko,I love you!"

"I love you,Da-"

Napa simangot Ako nang babaan ako nito nang tawag nang Hindi ko pa natatapos ang I love you too ko, Sobrang nag mamadali siguro siya pero ayos lang ang mahalaga alam kong ligtas siyang nakarating dun at naka usap ko siya kahit ilang minuto lang masaya na Ako dun...

From:Asawa ko

'Asawa ko Hindi kita matatawagan ngayon ha?!Tambak kasi yung kailagan kong gawin pero wag kang mag alala kakain pa din Ako sa tamang oras Hindi Ako mag papalipas nang gutom,Ikaw din ha?!Kumain ka sa tamang oras wag mong pababayaan ang sarili,I miss you,Asawa ko kayo nang baby Ynna natin.I Love you!!!'

Napa ngiti nang mabasa ang message nito kanina pa niya ito ni send ngayon ko lang nabasa dahil naging abala ako..

To: Asawa ko

'Sorry ngayon ko lang nabasa pero wag kang mag alala iniingatan ko naman ang sarili ko at ang baby Ynna natin,I love you!'
"

Hey,Baby Ynna na miss daw tayo nang Daddy mo." naka ngiting saad ko rito habang nilalaro siya,Mas napangiti ako nang ngumiti ito at gumawa nang ingay

"Miss mo din Daddy mo?Parehi you tayong miss na siya,Sana bumalik na siya agad noh."turan ko rito at tulad kanina ay gumawa lang toh nang konting ingay..

Ilang araw na siyang paramdam nag sisimula na din akong mag alala pero may tiwala Ako sa pangako niya..

Miss na miss ko na ang Asawa ko at ilang araw na lang ay mag kikita na ulit kami, excited na ako sa pag uwi nito rito..

Naayos na din lahat nang kailagan namin para sa pag lipat nang tirahan namin sa ibang bansa wala pa kaming napag sasabihan..

Excited kong kinuha ang phone ko nang tumunog ang message tone nito,lumawak ang pag kakangiti ko nang makitang ang Asawa ko ang nag message sa akin....

Agad na nawala ang ngiti ko nang mabasa ang nilalaman nang message, nag simula na din tumibok ang puso ko dahil sa kaba at pag alala...

Dali Dali kong dinail ang contact number nito..

"Sumagot ka please.." naiiyak na paki usap ko nang nakailang ring na ay wala pa ding sumasagot sa tawag ko

"ANO BA DAVE SUMAGOT KA!!" inis kong sigaw nang sa ikatlong Danial ko ay wala paring sumasagot ring lang to nang ring hanggang sa Hindi ko na ma contact ito

Nang hihinang napaupo Ako sa sahig at napa titig sa kawalan, habang paulit ulit na tumatakbo sa isip ko ang mensaheng pinadala niya...

Alam kong may double meaning yun dahil alam niyang Wala pang sunset na palubog dahil alam niyang araw palang ang meron..masyado pang maaga para sa sunset...

From:Asawa ko

' The sunset is beautiful isn't it? '

' The sunset is beautiful isn't it? '

' The sunset is beautiful isn't it? '

' The sunset is beautiful isn't it? '

' The sunset is beautiful isn't it? '

He said I love you but at the same time he's saying goodbye...

Chapter 9

"Bumalik na ang Daddy mo tulad nag sinabi niya..."mapait ang ngiting saad ko

"B-bumalik na ang D-daddy mo Baby Ynna..." naluluhang saad ko rito

Napatingala ako upang pigilan ang luhang nag babadyang bumagsak

"B-bumalik nga s-siya..pe...per... P-pero mala...m-malamig nang b-bangkay.." tuluyang napa hagulgol ako..

Nung Araw na nag message siya..nandito na siya eh..ilang metro na lang layo niya sa amin..

"M-maki...makikita n-na sa...s-sana na.. natin ang Da...dad..daddy mo e-eh.."

"M-ma...m-mayayakap.. m-maha...mahahaw-wakan.. M-maha-ahalikan..."

Nang hihinang napa upo ako sa sahig napatulala sa kawalan pilit na kinukumbinsi ang sariling wala lang iyon na masyado lang akong nag iisip nang negatibo..

"Tama! Mali ang Iniisip ko alam kong babalik siya tulad nang pangako niya.."

Malamin akong huminga saka pinilit ang sariling tumayo para puntahan ang Baby Ynna naming umiiyak siguro nakakaramdam na ito nang gutom..

Magiliw ko itong sinasayaw upang maka tulog agad ito,nang makitang tulog na tulog na ito ay inihiga ko ito sa kanyang crib..

Nakaramdam Ako nang kasiyahan nang makita kung sino ang tumatawag

"Dave!!!Asawa ko akala kung ano-"

"Kayo ho bang asawa nang may ari nang contact number na ito,Ma'am?"

Nawala ang nararamdam kong saya nang babae ang sumagot

"Yes eto nga,Pwede bang malaman kung sino ka?At bakit nasayo ang phone nang Asawa ko?Nasaan siya?"

"Ma'am gusto ko lang pong ipaalam sa inyong ilang araw na pong patay ang Asawa niyo-"

"Ano bang sinabi mo?!Nang praprank Kaba ha?!Para sabihin ko sayo hindi nakakatuwa yang prank mo!!"

"Ma'am Hindi po Ako nang praprank totoo ho ang sinabi ko,Alam kong mahirap tanggapin at paniwalaan pero Ma'am habang pauwi ho ang Asawa niyo ay nag karoon ho nang problema Ang break nang kontseng sinasakyan nito at nag kataon namang hong may Driver Track ang lasing na nag maneho."

" Ayon ho sa imbestigasyon Iniwasan ho nang Asawa niyo Ang track ang kaso Hindi nito napansing bangin na ho pala ang nasagilid nito,Nahulog ho ang sasakyan nang Asawa niyo sa bangin at huli na ho nang dumating ang tulong dahil Hindi na ho humihinga ang Asawa niyo."

Parang nauupos na kandelang napa upo ako

"Pasensya na ma'am kung pinangunahan na namin ang pag papalibing sa kanya,Ang akala ho kasi naming Wala na ho itong kamag anak, ngayon lang ho kasi namin na recover ang phone nito.."

"Ma'am nandyan ka pa ho?"

" ma'am?!"

"Ma'am hello ho?!Ayos lang ho kayo?!"

"Ma'am-"

"S-saan niyo...saan niyo siya inilibing?"nang hihinang saad ko

"Ma'am?"

"Nasaan?"pag uulit ko

" Isesend ko na lang ho sainyo ang exactong lugar, Ma'am pasensya na ho talaga-"

Hindi ko na tinapos ang sasabihin nito basta ko na lang ibinababa ang tawag

Mapait akong napa ngiti, She's lying right? Hindi totoong Wala na ang Asawa ko..

Walang ganang napatingin ako sa screen nang phone ko nang tumunog ang message tone nito..

"Nangako ka Hindi ba?Dave nangako ka Diba?!T*NG*NA DAVE NANGAKO KA!!!!!!" puno nang hinanakit kong saad habang naka tingin sa lapida nito

In loving memory

of

Dave Hernandez

Born:Dec 26

Death: March 16

"Dave diba sabi mo Hindi mo ako iiwan?Nasaan ka?!DAVE!!!!Yung pangako mo bakit Hindi mo tinupad?!!"

"You promise right?!You promised me you will never leave my side..."

"D-Dave naman eh..."

"May plano na tayo Diba?..."

"May plano na tayo pag balik mo..."

"P-pano.....pano pa n-na..natin.. ma..maga...magagawa... a-ang mga plinano natin?..."

"Mag isa.....mag isa ko na lang bang t-tuparin yun...?"

Sunod sunod ang pag tulo nang luha ko Hanggang sa maging hagulgol ito

Hinding hindi ko matatanggap na ang lalaking Mahal na Mahal ko ay wala na sa tabi ko..

Hinding hindi ko matatanggap na Hindi ko na siya makakasama pa sa tabi ko...

"P-p-pano.....p-pano mo pa ma...m-magagawa ang m-mga s-sinabi mo n-noon... A-akala k-ko ba i-ikaw Ang mag t-tu...tuturo kay Ynna.. kung.. p-p-pano mag sulat.."

"Mag basa.."

"Mag lakad.."

"Mag bike....lumangoy.."

"P-pano...pano *sob* mo pa g-gagawin Yun?K-kung w-wala ka....."

"M-madaya ka..... Dave e-eh... I-iniwan mo Kami... "

"Pano na kami ngayong wala ka? "

"D-Dave m-mahal na mahal kita.... Ikaw lang ang mahal ko at mamahalin ko.. Hanggang sa pwede na ulit tayong mag sama.... "

"H-hintayin mo Ako Dyan ha?! Wag kang mag hahanap nang iba.. "

"I love you, Dave."

"Alam mo Baby Ynna mag iisang taon na pero Hindi ko pa din matanggap na wala na ang Daddy mo."

"D-d-da-dd-y-y-y.. "hirap na hirap nitong bigkas, napangiti na lang ako habang titig na titig sakanya, habang lumalaki siya mas nagiging kamukha niya ang Daddy niya.

"Kung nandito lang ang Daddy mo siguro nag tatalon na yun sa tuwa kasi tinawag mo siyang daddy na mas naunang salita mo ay Daddy.
"may namumuong luhang wika ko

Inosente ang mga mata nitong nakatitig sa akin, ngumiti ako rito

"I miss your Daddy, miss na miss ko na ang Daddy mo..."

Napa ngiti na lang Ako nang inaabot nito ang dalawang braso tila nag papabuhat

"Bumibigat na ang Baby Ynna namin ah."

Mahinang humagikgik lang ito na ikinangiti ko, Kahit na wala na si Dave nakakaya ko pa din dahil kay Baby Ynna

Sakanya Ako kumukuha nang lakas para mag patuloy sa buhay..

Ilang linggo nang nalawan kong wala na ang Asawa ko ang lumipas bago mapag desisyon na ituloy ang Plano naming paglipat rito sa ibang bansa....

Ayos naman ang paninirahan namin dito mababait ang mga tao at pinag papasalamat ko yun dahil mas napadali ang pag aadjust naming mag Ina

"Kumusta na kaya Mama Aisha mo? Hindi manlang tayo nakapag paalam sa kanya." natatawang saad ko rito

"Sigurong nag tatampo na yun pero alam ko namang maiintindihan niya tayo Diba?"

"O-o-opo.."

"M-mommy.."

"Wow gumagaling na ang baby Ynna namin sa pag sasalita for sure natutuwa ang Daddy mo sa Heaven.."

"D-daddy l-love M-mommy.."

Malungkot akong napangiti habang naka tingala sa langit

"I love you,Dave."

"I-i l-love y-you D-daddy."

"Dinig mo yung sinabi nang baby Ynna natin?Mahal ka niya.Mahal na mahal ka namin.."

May mga pagkakataon talagang hindi mo maiiwasan ang sakit kahit anong gawin mong pag-iwas.

Chapter 10

Mayroon talagang isang pangyayari na magpapabago sa pananaw ng isang tao.

It's been 4 years Akala ko okay na lahat,Akala ko wala nang subuk sa aming mag ina

Ynna is now 3 years old matalino si Ynna sa edad niya palang na tatlong gulang madami na itong alam...

Natutuwa Ako sa katotohanang nag mana ito sa Ama niya niminsan hindi niya ako binigyan nang sakit ng ulo..

Pano ko ngayon ipapaliwanag ang kalagayan ko?Pano ko sasabihin sakanya nang hindi siya nasasaktan?Pano na siya?Masyado pang bata ang baby Ynna namin para maiwan..

"Doc ano bang nangyayari sa akin?"

"Sorry to say this but you have a leukemia, Ma'am." puno nang awang naka tingin ito sa akin, nang hihinang napa sandal Ako sa kinakaupuan ko

"Anong ibig mong sabihin,Doc?"

"Kumalat na sa katawan mo ang sakit mo Hindi na option ang como therapy...or kahit anong paraan para gumaling ka-"

"Diretsohin mo na lang Ako,Doc ilang araw o buwan pa ba ang itatagal ko sa mundo?"

"Isa o tatlong buwan na lang kung papalarin ka ho ay limang buwan na ang pinaka matagal."

"Salamat,Doc."mahinang saad ko bago umalis..

Nang hihinang napa sandal ako sa pader nang hospital, Hindi ko na napigilan pa ang pag luha..

Hindi ko pa pwedeng iwan si Ynna ang bata bata niya pa..

Napasinghot singhot ako saka pinilit na tumayo,inayos ko muna ang sarili ko bago nag simulang nag lakad

Napatigil ako nang may nag mamadaling lalaki ang pumasok at may buhat buhat itong babaeng duguan at kung titignan sa tingin ko ay nag dadalang tao ito..

'DOC!DOC!TULONG DOC!'

'Ano hong nangyari sa pasyente,Sir?'

'Hit and run ho.'

'Kaano Ano ho niyo ang pasyente?'

'Hindi ko ho siya kilala Doc.'

Hindi ko na lang sila pinansin at nag tuloy tuloy ako sa paglalakad..

Napatigil ako nang pag lingon ko sa babaeng buhat buhat nito nang makita ko ang mukha nito

"A-aisha.."wala sa sariling bigkas ko saka dali daling lumapit rito

"Aisha!Aisha!Aisha!" Paulit ulit kong tawag sa pangalan nito habang pilit itong ginigising napuno Ako nang pag aalala

"Excuse me,Ms kilala ho niyo ba ang pasyente?"Agad akong napalingon sa Nurse

"Opo!Anong nangyari sakanya? Bakit wala kayong ginagawa para gamutin Siya?!" inis kong hinghal rito

"Wag ho kayong mag alala ma'am sisiguraduhin ho naming magiging ayos lang siya at ang mga sanggol nito sa sinapupunan."

"KUNG GANUN BAKIT NANDITO PA DIN SIYA?!"

"Ano ho bang pangalan nang Pasyente, Ma'am?"

"Xcrielle Faisha Chavez Velasquez ang pangalan niya."

"Kaano ano ho niya si Mr.Velasquez?"

"BAKIT BA ANG DAMI MO MONG TANONG?!EH KUNG GAMUTIN NIYO NA SIYA?!ANAK SI NI MR. VELASQUEZ AT SISIGURADUHIN KONG MARARAMDAMAN NIYO ANG GALIT NIYA SA ORAS NA MAY NANGYARI SA ANA AT APO NIYA!!" Inis na inis kong sigaw rito,

Dali daling kumilos ang mga Doctor at Nurse.

Palakad lakad Ako sa tapat nang OR habang hinihintay na lumabas ang Doctor..

"YNNARA!!"

"Xzach!" naka hinga Ako nang maluwag nang dumating ito,puno nang pag alalang lumapit ito

"Anong nangyari?"

"Hindi ko alam ang dinig kong Sabi nang lalaking nag Dala sakanya rito ay hit and run daw at mukhang sinadya daw ang pag bangga sa kanya."

"Sino naman ang gagawa nun sakanya? Mabait si Xcrielle.."

"Walang nakakaalam hintayin na lang nating maging okay siya baka nakilala niya ang gumawa nito sakanya.."

Tahimik lang kaming nag hihintay habang naka upo..

"Anong nangyari sainyo,Ynnara?Bakit bigla kayong nawala?Alam mo bang sobra sobrang nag alala sainyo si Xcrielle? Pabalik balik ito sa bahay niyo tuwing may pag kakataon siya?"

"I'm sorry kung Hindi ko manlang nagawang mag

paalam."nahihiyang saad ko

"Okay lang alam kong mas rason ka saka naiintindihan ka panigurado ni Xcrielle."

" Salamat.."

"Ano nga palang ginagawa mo rito?Nasaan si Dave?Kasama ba ni Ynna?"

"Hindi. Iniwan ko muna si Ynna sa isang kakilala dahil Hindi ko naman siya Pwedeng isama rito sa Hospital."

"Oh?May sakit si Dave?Anong nangyari sakanya-"

"Wala na si Dave."putol ko rito

" Huh?! Anong Wala?"

" Matagal na siyang wala matagal nang wala siya sa piling namin."

" Kaya nga kami lumipat rito eh."pilit ngiting saad ko "Dahil kung nandun kami mahihirapan lang Ako kasi lagi ko siyang maalala, na Kahit saan ako tumingin ay siya ang naaalala ko."

"I'm sorry.. Hindi namin alam, hindi manlang namin ikaw nadamay.."

"Okay lang."

"Aisha!!"tuwang tuwang wika ko rito habang hawak hawak ang kamay nito

"Nagising ka din sa wakas."

"Ynnara?"Puno nang pag tatakang saad nito

"Ako nga.."

"Panong?Anong nangyari bakit-Aray!!"

" Wag kang magalaw baka bumuka Ang sugat mo."nag aalalang saad ko rito

"Nasaan Ako?"

"Nasa hospital ka."

"Huh?Pano-Ang baby ko?!"

" Wag kang mag alala dahil ayos lang sila."naka ngiting wika ko,nag tatakang napatingin ito sa akin

"Sila?"

" Uhu ang sabi nang Doctor mag kaka trio ka ibang klase rin eh tatlo agad."

"Trio? Tatlo?Teka bakit Ang dami?Wala Naman kaming lahing ganun?Kambal pa pwede."

"Ewan ko pero ayun ang sinabi nang Doctor. Ang masasabi ko na lang sayo ay gudluck alam kong mahirap ang manganak."

"Nananakot Kaba?!"singhal nito

"Hindi ah chinicheer up kaya kita."inosenteng saad ko

"Saan si Baby Ynna?Kasama mo ba?"sunod sunod nitong wika mahinang napasinghal Ako

"Oo nga pala kailagan ko nang umalis iniwan ko lang siya sa kakilala ko eh,Babalik ako."

"Hindi na sabihin mo na lang sa akin kung saan kayo naka tira para alam ko kung saan kayo pupuntahan."

" Sige sige I memessage ko na lang sayo Ang buong Address."

"Ingat ka!"

"MOMMMYYYYYYY!!!!!!!"tuwang tuwang salubong sakin ni Ynna nang makita Ako nito

"Hi baby Sorry kung natagalan si Mommy ha?!"hingi ko nang tawad rito

"Okay lang po Mommy. "

"Tara paalam tayo sa Tita Yas mo." naka ngiting saad ko rito saka hinawakan ang kamay nito

"Yas, salamat sa pag babantay sa anak ko."

"Ano ka ba ayos lang ikaw din naman nag aalaga sa anak ko pag nasa trabaho Ako.."

"Maraming salamat talaga sige una na kami."

"Sige."

"Nakita ko ang Mama Aisha mo." nakangiting saad ko rito habang sabay kaming nag lalakad

"Mama Aisha po?" takang tanong nito, oo nga pala baby palang siya nun

"Baby ka nga pala nun pero lagi siyang pumunta sa Bahay para makita ka."

"Hinihingi ka nga niya sa amin noon eh hahaha tapos pinilit kang turan mag salita."

"she love me That much po?"

"Oo naman basta pupunta nang bahay yung siya ang laging nag bubuhat sayo halos ayaw ka niya sa amin ipahawak ibibigay ka lang niya sa akin pag nagugutom kana."

"Kailagan ko po siya mame meet Mommy?"

"Sabi niya dadalaw siya rito paglabas na pag labas nito nang hospital."

"We're here."

Agad kaming pumasok sa loob

"Mommy Kumusta po pala yung check up niyo?"tanong nito, napatigil Ako sa pag lalakad

"You Okay Mommy?"

"Yeah!"

"So Kumusta po?"

"Baby Ynna what do think of Aisha as your mother?"

"Po?Think she's good naman po."

"Always remember that Mahal na Mahal kita."

"Mommy?!Your making worried na po."

"Baby Ynna.."Hindi ko na napigilan sunod sunod ang pag tulo nang luha ko..

"Mommy... Mahal na Mahal po kita wag ka na po mag cry mommy."nag aalalang saad nito habang yakap yakap Ako

"Hindi ko pa kayang iwan ka..." umiiyak na turan ko rito

"I know that Mommy."

"Tell me Mommy what's the problem?"

"I'm dying baby Ynna ilang buwan na lang Ako sa mundo." tuluyang napa hagulgol na Ako

"W-what?" lumayo ito sa akin may namumuong luha sa mga mata nito habang naka tingin sa akin

"Mali Ako nang narinig mommy diba?"

"Ynna.."

" No!No!No!Hindi po totoo yan."Hindi Naniniwalang saad nito habang sunod sunod ang pag tulo nang luha nito

Pareho kaming basa na Ang mukha dahil sa luha namin namumula na ang ilong nito at mata tanda nang sobrang pag iiyak

" I'm S-sorry.."naluluhang saad ko rito habang yakap yakap siya.

Dinig na dinig ko ang hikbi nito habang umiiling.. mahigpit ang pag kakayakap nito halos hindi na ako nito pakawalaan..

Dahan dahan kong binuhat ito nang makitang nakatulugan na nito ang pag iyak sa bisig ko

"I'm sorry, Baby Ynna..I Love you."

Bago pa ako kunin nang may kapal sinaayos ko na ang lahat alam kong Hindi pababayaan ni Aisha ang anak ko...

Sakanya ko lang siya ipag kakatiwala dahil malaki ang tiwala ko sakanya..

Dave Asawa ko mukhang malapit na tayong magkita at mag kasama..

I Love you,Dave.

Mahal na Mahal kita Ynna namin...

Last Chapter

'Xcrielle POV'

"Mama..." Malungkot akong napalingon kay baby Ynna

"Bakit?"

"Si Mommy po..." namumula ang ilong nito tanda na iiyak naman siya, masuyong niyakap ko ito

"Kung nasaan man ang Mommy mo alam kong masaya siya dahil makakasama na niya ang Daddy mo at alam kong malulungkot sila kasi nakikita nilang malungkot at umiiyak ka.."

"Hindi ko po mapigilan malungkot,Mama.."

"Alam ko yun baby pero alam kong makakaya mo ring lagpasan ang lahat nang toh strong ka eh."

"SA tingin mo po Mama binabantayan po nila Ako?"

"Oo naman lagi silang nasa tabi mo pinabantayan ka, Hinding hindi sila mawawala sa tabi mo..."

"Mahal na mahal ko po si Mommy at Daddy."

"At mahal na mahal ka din nila baby." naka ngiting turan ko rito

Ilang buwan lang ang tinagal nang mag kita kami ni Ynnara pero binawi agad siya sa amin..

Pero Bago pa man nangyari Yun ay inaayos na nito ang lahat sa akin niya iniwan Ang Costody ni Ynna sobrang laki nang tiwala nito para sa akin nito iwan si Ynna..

Ynnara and Dave wag kayong mag alala alagaan ko nang mabuti ang anak niyo ituturing ko siyang tunay na anak..

Palalakihin ko siya kasama nang magiging anak ko..

Wag kayong mag alala dahil pananatiliin ko ang apelyedo nitong Hernandez dahil alam kong iyon ang gusto niyo ang dala Dala nito ang apelyedo niyo sa pag laki..

"Sigurado ka ba sa desisyon mo Ynna?" naninigiradong tanong ko rito

It's been long years..malalaki na ang mga baby ko..

Ilang taon na din kaming kasal ni Raven may limang mga Anak na rin pang Anim si Ynna

"Opo Mama wag ka pong mag alala alagaan ko naman po ang sarili ko saka po parati akong tatawag sainyo at lagi po akong uuwi rito pag bakasyon namin.."

"Ynna naman kasi Hindi ako sanay na malayo ka sa amin." naka ngusong pag mamaktol ko

"Hahaha Mama mamimiss ko rin naman kayo eh saka alam ko pong naiintindihan niyo Ang desisyon ko." natatawang wika nito

"Bakit ba kasi Ang bilis niyong lumaki nilalayasan tuloy ako.."

"Hindi po kita nilalayasan Mama noh may nag lalayas bang nag papaalam."naka ngusong turan nito

" Oo si Ci-N."

"Pfft ka wawattpad mo yan Mama."natatawang saad nito

"Pero seryoso Ynna aalis Kaba dahil gusto mo talaga o iniiwasan mo si Yvon?"seryosong tanong ko rito

"Bakit ko naman po iiwasan si Yvon,Mama?"Hindi makatingin saad nito napa buntong hininga na lang Ako mukhang wala siyang balak mag sabi nang totoo

"Nag away kayo?May problema ba kayo?"

"Wala po Mama ayos lang po kami ni Yvon gusto ko lang po talagang umalis."

"Bakit?May ginawa ba akong mali kaya gustong gusto mong maka alis sa poder ko?"

"Mama Hindi po ganun Ang ibig kong sabihin."

" Pero sa paraan nang pag kakasabi mo ay ganun."

" I'm sorry,Mama I don't mean it that way."

" Ayos lang naiintindihan ko saka nirerespeto ko ang desisyon mo."pilit ngiting saad ko rito bago siya tinalikuran at iwan..

"Mahal..."agaw pansin ko kay Raven nang maka pasok Ako sa loob nang library

"Mahal, Halika ka dito." masuyong wika nito, itinigil nito ang ginagawa niya..

Dali dali akong lumapit rito at umupo sa kandungan niya.

"Bakit malungkot ang Asawa ko?"

"Buo na talaga ang desisyon ni Ynna sa pag alis." naka simangot kong wika

"Akala ko ba ayos na sayo?" takang tanong nito habang hinahaplos ang buhok ko

"Ayos lang naman talaga Ang akin lang Hindi ko maiwasang malungkot.."

"Siya kaya Ang unang naging Baby ko." dugtong ko

"Malaki na si Ynna alam kong alam na nito ang mga dapat gawin.."

"Alam ko naman yun may tiwala Ako sa nga anak natin nag aalala lang ako sa relasyon nila ni Yvon.."

"Bakit?Nag away naman ba sila?"

"Hindi naman daw pero alam kong may mali sa kanilang dalawa."

"Masyado ka lang sigurong nag iisip nang kung ano ano, Mahal."

" Siguro nga.."tatangong tangong sang ayon ko saka tumayo

"Sige ituloy mo na yang ginagawa mo."

"Okay kana ba,Mahal?"

" Oo okay na, I Love you always, Mahal."

"Mahal na mahal kita mahal lagi lagi walang hanggang."malambing nitong wika, naka ngiting umuko Ako upang bigyan siya nang halik sa labi..

Nakangiting lumayo Ako sakanya, na flying kiss muna Ako rito bago tuluyang lumabas ng library room..

"Mama.."

"Oh Ynna Bakit?" takang tanong ko nang makita itong naka tayo sa harapan nang pinto pag kabukas ko

"Galit ka po, Mama?" nag aalalang tanong nito, napangiti na lang Ako

"Hindi Bakit naman Ako magagalit?Diba sinabi ko naman sainyong susupportahan ko kayo sa magiging desisyon niyo."

"Mahalaga pa din po sa akin ang opinion niyo Mama."

"Thank you,Ynna!Kung Ako Ang masusunod ayaw kong umalis ka pero kung gusto mo talagang umalis okay lang sa akin Basta ikakasaya mo at maipapangako mong Hindi mo pababayaan ang sarili mo dun ."

"Bakit ba ang swerte ko at ikaw ang naging Mama ko, Ilove you Mama." naluluhang wika nito Saka Ako niyakap

"Nangako Ako Diba? Hindi lang sayo kung Hindi sa Mommy at Daddy mo..Aalagaan kita at ituturing na totoong anak.."

"Maraming Salamat Mama Kasi never mong pinaramdam sa akin na Hindi mo talaga Anak, thank you Kasi ni keep mo yung Promise mo."

"Hindi man Ako Ang nag luwal sayo anak pa din kita.."

"Anong meron at nag yayakap kayo sa gitna nang daan?"

Sabay kaming napalingon ni Ynna rito

"Hi Baby Sky."nakangiting bati ko rito

"Hi,Mom Ate Ynna."

"Hi Baby langit."bati ni Ynna rito

Yviora Sky Ang bunso nang mga Fionez at si Yvio Heaven ang Isa pa nitong nakakatandang kapatid

"Nasaan ang kuya Heaven mo?" tanong ko rito

"Lumabas po ang Sabi niya may pupuntahan lang siya saglit,Mom."kibit balikat nitong turan

"Bakit Hindi mo pinigilan?"

" As if naman pong mag papapigil si Kuya, Mom."naismid nitong wika

"tsk, eh nasaan sila kuya Yvon mo?"

"Hmm..May pinuntahan mo ata Sila Mom, mag kakasama Kasi silang umalis."

"Baka may lakad sila,Mama."sabat ni Ynna

"Ang alam ko may inutos sakanila si Dad na puntahan."

"Kauusapin ko na lang ang Daddy niyo Mamaya."naiiling iling na wika ko

Pareho silang nag kibit balikat at basta na lang akong tinalikuran at iwan tignan mo nga yun Hindi manlang nag paalam..

Talagang lumalaki na sila..at balang araw mag kakaroon na sila nange sari sariling pamilya..

Happiness lies in the joy of achievement and the thrill of creative effort.

There is only one happiness in this life, to love and be loved.

And I'm happy to find my happiness...

About the Author

Rose, known by the username MyKara_moon, embarked on her writing journey with the aspiration of catching the attention of her favorite author. Encouraged by a supportive friend, she found the courage to pursue her passion. Her readers and supporters, affectionately referred to as My Kara Luans, hold a special place in her heart, symbolizing her beloved moon.

Being a devoted moon enthusiast, Rose cherishes the connection with her readers. Throughout her writing journey, she experienced both arrivals and departures of individuals. Despite the promises made by some who eventually faded away, Rose persevered, fueled by her unwavering inspiration.

On October 9, 2020, she officially initiated her writing endeavors. Meeting numerous virtual acquaintances along the way only added to her wellspring of inspiration. Rose is committed to persistently writing, not for fame, but for the joy and excitement that courses through her whenever she completes a story.

Her mantra echoes the sentiment that, in moments of despair, one should recall the initial reasons for embarking on their journey. Rose remains steadfast in her dedication to writing, driven by the happiness and thrill derived from sharing her stories with the world.

www.ingramcontent.com/pod-product-compliance
Lightning Source LLC
LaVergne TN
LVHW041225080526
838199LV00083B/3361